AF390085

विनोदवीर
तेनालीराम

मंजूषा आमडेकर

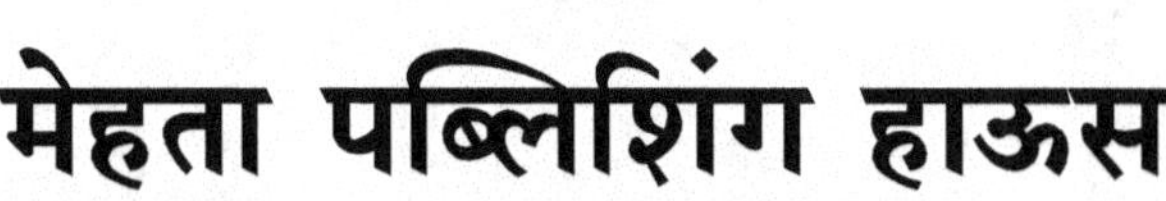

मेहता पब्लिशिंग हाऊस

VINODVEER TENALIRAM
by Manjusha Amdekar

विनोदवीर तेनालीराम / बालसाहित्य
मंजूषा आमडेकर

© मेहता पब्लिशिंग हाऊस

प्रकाशक : सुनील अनिल मेहता
मेहता पब्लिशिंग हाऊस,
१९४१, सदाशिव पेठ,
माडीवाले कॉलनी, पुणे ३०.
✆ ०२०-२४४७६९२४
E-mail : author@mehtapublishinghouse.com
Website : www.mehtapublishinghouse.com

प्रथमावृत्ती : मार्च, २००८
द्वितीयावृत्ती : ऑगस्ट, २०१४
तृतीयावृत्ती : ऑक्टोबर, २०२०

मुखपृष्ठ व आतील चित्रे : घनश्याम देशमुख

P Book ISBN 9788177669404

अनुक्रम

हार मानली

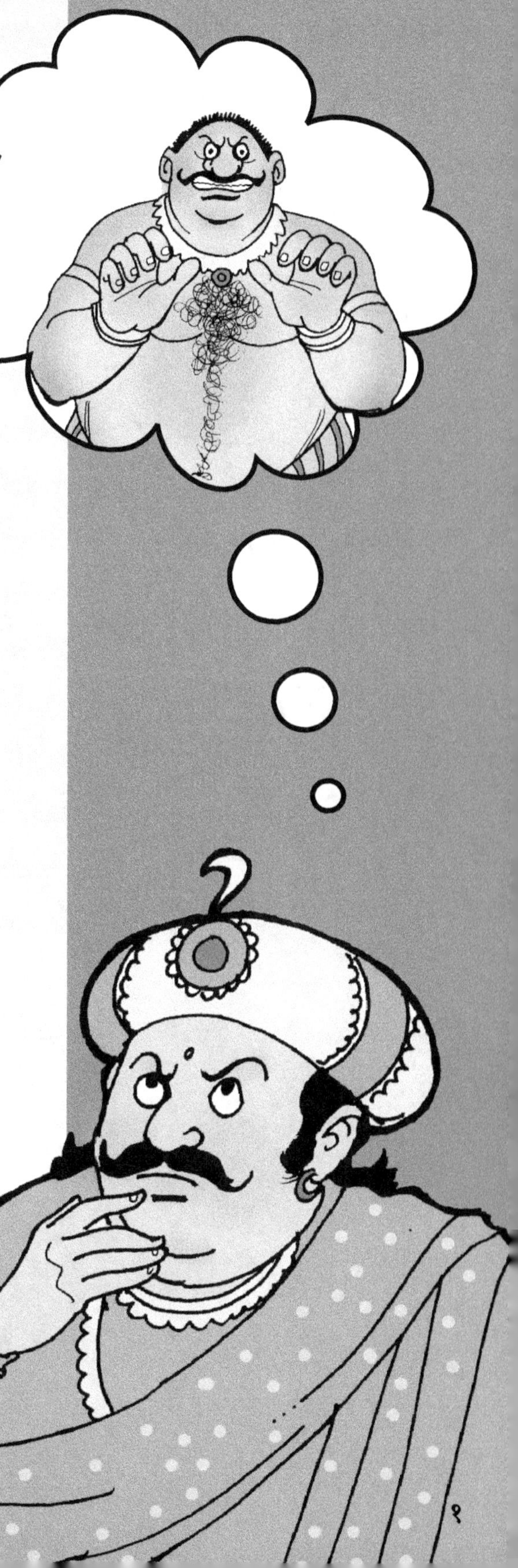

उत्तर भारतातून एकदा एक सुप्रसिद्ध पैलवान विजयनगरला आला. राजाला भेटून त्याने विजयनगरच्या पैलवानांना आव्हान दिले. आजपर्यंत एकही लढत तो हरलेला नव्हता.

हा पैलवान चांगला धष्ट-पुष्ट, उंच, धिप्पाड होता. त्याच्या प्रचंड ताकदीपुढे, चपळ डावपेचांपुढे कुणाचाच टिकाव लागायचा नाही. त्यामुळे त्याला धूळ चारेल असा एकही मल्ल विजयनगरमधे नव्हता.

'आता राज्याची अब्रू कशी वाचेल', असा राजा कृष्णदेवरायाला प्रश्न पडला.

तेनालीराम म्हणाला, ''महाराज मी हे आव्हान स्वीकारायला तयार आहे.''

हे ऐकून दरबारी आणि स्वत: महाराजसुद्धा खो-खो हसायला लागले. कारण किरकोळ शरीरयष्टी असलेला तेनाली त्या पैलवानाच्या एकाच फटक्यात गारद झाला असता.

पण तरीही राजाने त्याला परवानगी दिली. एकतर दुसरा काही पर्याय नव्हता. राजा ओळखून होता की लढत तेनालीरामचं **शरीर** देणार नसून **डोकं** देणार होतं.

तेनालीरामने लगेच सर्व मल्लांना एकत्र आणून योजना समजावून सांगितली. तो म्हणाला, ''लढतीच्या दिवशी तुम्ही सर्वजण माझ्या गळ्यात पदकं घालून मला

खांद्यावर उचलून आखाड्यात न्या. त्या पैलवानाशी माझी ओळख गुरू म्हणून करून द्या. मुख्य म्हणजे 'ममूक महाराज की जय, मीस ममूक महाराज की जय' अशा घोषणा जोरजोरात द्यायला विसरू नका. मग पुढचं मी पाहतो काय ते.''

सगळ्यांनी ते मान्य केलं. दुसऱ्या दिवशी लढत बघायला प्रचंड गर्दी जमली. आज काहीतरी गंमत बघायला मिळणार अशी लोकांची खात्री होती.

थोड्याच वेळात सगळे मल्ल तेनालीरामला खांद्यावर घेऊन त्याचा जयजयकार करत आले. खरं तर 'ममूक' आणि 'मीस' या दोन्ही कन्नड शब्दांचा अर्थ धूळ चारणे असा होता. पण त्या उत्तर भारतातल्या पैलवानाला कन्नड येत नसल्यामुळे त्याला वाटलं, 'हा एवढा मोठा लवाजमा, इतका जयजयकार चाललाय म्हणजे नक्कीच कोणीतरी महान मल्ल दिसतोय.'

तो असा विचार करतोय तोच तेनालीरामने त्याच्याजवळ येऊन नमस्कार केला. त्याला म्हणाला, ''कुस्तीला सुरुवात करण्यापूर्वी काही सांकेतिक खुणांचा तुम्हाला अर्थ सांगावा लागेल. आधी बुद्धीची लढत होईल. त्यात तुम्ही माझ्या बरोबरीचे ठरलात तरच पुढे कुस्ती होईल.''

पैलवानाने मान्य केलं. पण त्याला खूप आश्चर्य वाटत होतं. बुद्धीची लढत हा काय प्रकार आहे तेच त्याला माहीत नव्हतं.

तेनालीरामने सांकेतिक लढत सुरू केली. प्रथम त्याने आपला उजवा पाय पुढे करून उजवा हात पैलवानाच्या छातीवर ठेवला. मग डावा हात स्वत:च्या छातीवर ठेवला. त्यानंतर डाव्या हातावर उजवा हात चोळला. मग दक्षिणेकडे बोट करून दाखवले. मग दोन्ही हातांची तर्जनी गुंतवून गाठ मारल्याचा अभिनय केला. त्यानंतर एक मूठ माती स्वत:च्या तोंडात घालत असल्याचा आविर्भाव केला.

यानंतर त्याने पैलवानाला याचे उत्तर द्यायला सांगितले, पण त्याला काहीच न कळल्यामुळे तो गोंधळून गेला होता. म्हणून मग त्याने आपली हार मान्य केली आणि निघून गेला.

हा सगळा प्रकार बघून राजा आणि प्रजाजनांनी तोंडात बोटंच घातली. राजाने तेनालीरामला बोलावून विचारलं, "असं काय सांगितलंस तू त्याला? कुस्ती न लढताच हार कशी मानली त्यानं?"

तेनालीराम हसत म्हणाला, ''काही नाही हो महाराज. मी त्याला खुणेनं सांगितलं की तू उजव्या हातासारखा शक्तिमान आहेस आणि मी डाव्या हातासारखा दुर्बल. त्यामुळे तू मला चिरडून टाकशील. मग दक्षिणेला मैत्रिणीसोबत बसलेल्या माझ्या बायकोला तोंडात माती घालून घ्यायची वेळ आली असती. हे काही त्या पैलवानाच्या लक्षात आलं नाही. त्यामुळे मी वाचलो.''

राजा हसत हसत म्हणाला, ''मी पण वाचलो. नाहीतर राज्याची अब्रू गेली असती.''

सगळे लोकही हसायला लागले.

राजा एकदम खूष झाला. त्याने तेनालीरामला न खेळलेली कुस्ती जिंकल्याबद्दल मोठं बक्षीस दिलं.

लाचखोर रक्षक

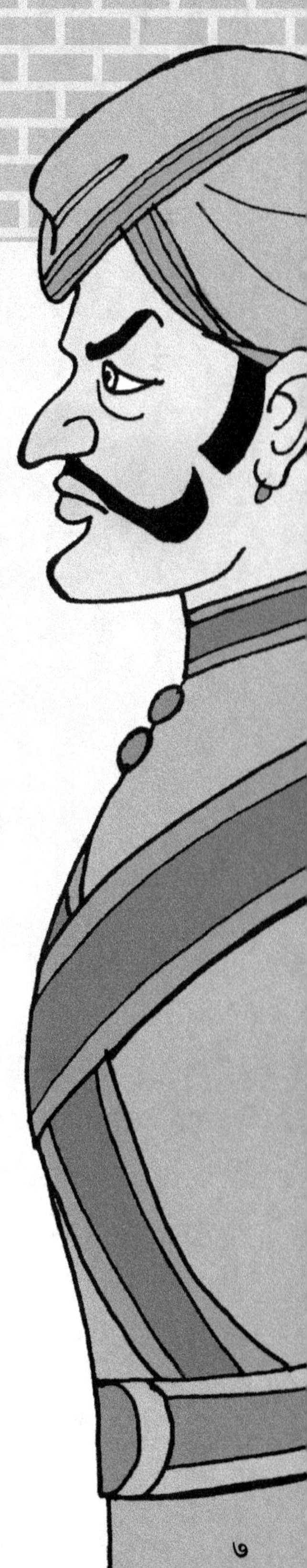

राजा कृष्णदेवराय कलासक्त होता. तो नेहमी नृत्य-संगीत-गायनादि कलांचा आनंद घ्यायचा.

एकदा एका गाजलेल्या संगीत-नृत्य-नाटिकेचा कार्यक्रम राणीच्या महालात आयोजित करण्यात आला होता. या कार्यक्रमाला राजाने सर्वांना बोलावलं होतं.

फक्त तेनालीरामला मात्र वगळलं होतं. दारावरच्या रक्षकांना सक्त ताकीद दिली होती की तेनालीरामला आत सोडू नये. राजाला वाटत होतं की नाटक चालू असताना तेनालीराम काहीतरी वात्रटपणा करून सगळं वातावरण बिघडून टाकील.

पण तेनालीरामला यातल्या कशाचीच कल्पना नव्हती. तो आपला नेहमीप्रमाणे दरबारात आला. तर त्याला कार्यक्रमाविषयी कळलं. मग तो राणीच्या महालाकडे आला. दारातच रक्षकांनी त्याला अडवलं.

तेनालीराम चकित झाला. रक्षकाने त्याला सांगितलं की राजाचीच तशी आज्ञा आहे.

तेनालीराम विचार करायला लागला. त्याला युक्ती सुचली. तो म्हणाला, ''हे बघ, मला महाराज आत जे काही देतील त्यातलं अर्धं मी तुला देईन.''

रक्षकाच्या तोंडाला पाणी सुटलं. त्याला माहीत होतं की तेनालीरामला नेहमीच उंची, किमती भेटवस्तू मिळतात. त्याने होकार देऊन तेनालीरामला आत सोडलं.

आत आल्यावर जिथे कार्यक्रम सुरू होता तिथे आणखी एका रक्षकाने त्याला अडवलं. त्याने त्याच्याशीही तोच सौदा केला आणि आत प्रवेश मिळवला.

नाटक बघता बघता मध्येच तो मोठमोठ्याने हसायला लागला. ते ऐकून राजा आश्चर्यचकित झाला.

तेनालीरामला बघून तो अतिशय चिडला. रागावून म्हणाला, ''हे काय तेनालीराम, तुला आमंत्रण नसताना तू आत यायचं धाडस केलंसच कसं? कसा आलास तू इथे?''

मग राजाने शिपायांना बोलावून तेनालीरामला १०० फटके द्यायला सांगितले.

लगेच तेनालीराम म्हणाला, ''महाराज, मला क्षमा करा. मला हे नाटक बघायचंच होतं म्हणून मी आत यायचा प्रयत्न केला.''

''पण तुला रक्षकांनी आत सोडलंच कसं?'' राजाने रागात विचारलं.

''महाराज, मी रक्षकांना कबूल केलं की मला आत जे काही मिळेल त्यातलं निम्मं निम्मं मी दोघांत वाटून देईन.'' तेनालीरामने सांगितलं.

तेनालीरामचं ते मानभावीपणाचं बोलणं ऐकून राजाला हसू आलं. त्याच्या हेही लक्षात आलं की तेनालीरामने फार चतुराईने रक्षकांचा लाचखोरपणा उघडकीला आणला होता.

मग काय? राजाने रक्षकांना ५०-५० फटके दिले आणि तेनालीरामला पुन्हा एकदा बक्षीस!

बहुभाषी

एकदा दरबारात नेहमीचं कामकाज चाललं होतं. सर्वजण आपापली कामं करण्यात दंग होते.

इतक्यात एक पंडित दरबारात आला. राजाला अभिवादन करून त्याने वेगवेगळ्या भाषांमधे राजाची भरपूर स्तुती केली. राजा त्याचं ज्ञान बघून प्रभावित झाला.

राजाने त्याला विचारलं, ''तुम्हाला किती भाषा येतात?''

पंडित म्हणाला, ''मला पुष्कळ भाषा येतात महाराज. तुमच्या दरबारातल्या लोकांना सांगा की मला त्यांनी कोणत्याही भाषेत प्रश्न विचारावेत. मी त्यांची उत्तरं देईन.''

दरबारातल्या लोकांनी त्याला अनेक भाषांत प्रश्न विचारले. त्याने खरंच सर्व भाषांत त्या त्या प्रश्नांची उत्तरं दिली. राजा खूप खूष झाला. राजाने त्याचा यथोचित गौरव केला.

दरबार संपता संपता तो पंडित राजाला म्हणाला, ''महाराज मी आत्तापर्यंत इतक्या भाषांमधे बोललो. पण माझी मातृभाषा जर कोणी ओळखू शकला, तर त्या विद्वान माणसाचा मी जन्मभर सन्मान आणि आदर करत राहीन.''

त्यावर दरबारातल्या लोकांनी खूप तर्क लढवले. ओळखायचा प्रयत्न केला पण कोणालाही जमलं नाही.

मग राजाने तेनालीरामकडे पाहिलं. तो उठून उभा राहिला. नमस्कार करून म्हणाला, ''महाराज, मला एक दिवसाची मुदत देण्यात यावी. मी उद्या या प्रश्नाचं उत्तर देईन. ''

राजाची परवानगी घेऊन तेनालीरामने त्याची राहण्याची सोय एका आलिशान आतिथीगृहात केली. त्याला चांगलं खायला-प्यायला घालून त्याचं चांगलं आदरातिथ्य केलं. गप्पा मारल्या. सर्ववेळ तो पंडित वेगवेगळ्या भाषांत बोलत राहिला.

रात्री त्याचा निरोप घेऊन तेनालीराम निघून गेला. सगळीकडे सामसूम झाल्यावर पंडित गाढ झोपून गेला. तेनालीराम आधीच ठरवल्याप्रमाणे हळूच त्याच्या खोलीत गेला.

एक बादली थंडगार पाणी त्या पंडिताच्या तोंडावर ओतलं.

पंडित खडबडून जागा होत ओरडला, ''ऐवी दुरा आदी?''

त्याला अंधारात काहीच दिसलं नाही. तेनालीराम हळूच निघून गेला.

दुसऱ्या दिवशी तेनालीरामने दरबारात सांगितलं, ''याची मातृभाषा तेलगू आहे.''

पंडित चकित झाला. त्याने ते कबूल केलं.

त्याने विचारलं, ''उत्सुकता म्हणून एक विचारू? तुम्ही माझी मातृभाषा कशी ओळखलीत? मी सगळ्याच भाषा इतक्या सफाईदारपणे बोलू शकतो की आजपर्यंत कुणालाच माझी मातृभाषा ओळखता आली नव्हती.''

तेनालीराम हसून म्हणाला, ''महाशय, जेव्हा माणूस गाढ झोपेत असतो तेव्हा अचानक त्याला काही धक्का बसला तर तो त्याच्या मातृभाषेतच बोलतो.'' त्याच्या हुशारीचं कौतुक करत तो म्हणाला, ''मानलं तुम्हाला!''

रणशूर

राजा कृष्णदेवराय अतिशय कुशल प्रशासक होता. तसाच तो अतिशय कुशल योद्धा देखील होता. उत्तम रीतीने तो राज्यकारभार चालवायचा आणि राज्याचे समर्थपणे रक्षणही करायचा.

एकदा विजयनगरच्या शेजारच्या राजाने कुरापत काढली. त्यामुळे राजा युद्धावर जाण्यासाठी सज्ज झाला.

जाण्यापूर्वी राजा राजज्योतिष्याला बोलावून म्हणाला, ''आचार्य, सध्या आमचे ग्रहमान कसे आहे ते बघून सांगा बरं! कोणत्या मुहूर्तावर आम्ही निघावं? युद्धात आम्हाला विजयश्री माळ घालणार की नाही?''

राजज्योतिष्याने पंचांग काढून सांगितलं, ''महाराज आपली ग्रहदशा उत्तम आहे. आपण विजयी होणारच होणार. आपल्याला कुणीही हरवू शकत नाही.'' हे ऐकून राजा प्रसन्न झाला. मग तेनालीरामकडे वळून म्हणाला, ''तुझं काय मत आहे तेनाली?''

तेनालीराम हाताची घडी घालत म्हणाला, ''महाराज, मी एक सामान्य नागरिक आहे. मी कधीच युद्धभूमीवर गेलेलो नाही. त्यामुळे युद्धाबद्दल मला काहीच माहिती नाही. मला जर तुमच्या बरोबर नेलंत तर मी बसून वातावरण हलकं फुलकं ठेवायचा प्रयत्न करू शकेन.''

राजाने ते मान्य केलं. त्याने आपल्या बरोबर तेनालीरामलाही रणांगणावर नेलं. तिथे गेल्यावर प्रत्येकजण आपापली जागा घेऊन लढण्यासाठी सज्ज झाला. राजाने तेनालीरामला फर्मावलं, ''तुझं निरीक्षण सांग.''

तेनालीराम बारकाईने सगळीकडे नजर फिरवत म्हणाला, ''महाराज, शत्रुराज्यापेक्षा आपलं सैन्य संख्येनं कमी आहे पण आपले सैनिक त्यांच्यापेक्षा जास्त कुशल योद्धे आहेत. सतर्क आहेत. आपल्या सैन्यात उत्तम दर्जाचं घोडदळ आहे त्यांच्याकडे हत्तींची संख्या जास्त दिसतेय. हत्तींपेक्षा युद्धात चपळपणे हालचाली करण्याच्या दृष्टीने घोडेच जास्त उपयोगी पडतील. त्यामुळे माझ्या मते जिंकायची संधी तुम्हालाच जास्त आहे.''

तेनालीरामच्या निरीक्षण आणि अनुमानानुसार राजा कृष्णदेवरायचाच युद्धात जय झाला. परत आल्यावर त्याने राजज्योतिषी आणि तेनालीराम दोघांचाही विशेष सन्मान केला.

राजगुरूंचे नातलग

राजपुरोहित अप्पळाचार्य तेनालीरामवर नेहमीच खार खाऊन असायचे. राजाला असलेले तेनालीरामचे कौतुक त्यांना अजिबात आवडायचं नाही. ते सतत तेनालीरामला अपमानित करायची संधी शोधत असायचे. राजा नेहमी या दोघांशी सल्लामसलत करूनच महत्त्वाचे निर्णय घ्यायचा.

अप्पळाचार्य आणि तेनालीराम हे दोघेही खरं तर ब्राह्मणच होते. पण अप्पळाचार्य वैष्णव होते, तर तेनालीराम स्मार्त होता.

एका अत्यंत महत्त्वाच्या मुद्द्यावर चर्चा करायची गरज होती. म्हणून तेनालीराम घाईघाईने सकाळी लौकर उठून अप्पळाचार्यांकडे आला. अप्पळाचार्यांनी लांबूनच लगबगीने तेनालीरामला येताना पाहिलं.

आपला चेहरा उपरण्याने झाकत ते म्हणाले, ''काय रे तेनालीराम, इतक्या सकाळी काय काम काढलंस?''

तेनालीराम म्हणाला, ''महाराजांच्या निरोपावरून एका महत्त्वाच्या कामाविषयी मी चर्चा करायला आलो होतो. मला एक कळलं नाही. मला बघून तुम्ही तोंड का झाकून घेतलंत?''

अप्पळाचार्यांना मनात खुदकन् हसू फुटलं. पण वरकरणी चेहरा गंभीर ठेवून ते म्हणाले, ''त्याचं काय आहे तेनालीराम, खरं तर मला नाहीये वेळ. पण तू विचारलंच आहेस म्हणून सांगतो. जर एखाद्या वैष्णवाने सकाळी सकाळी स्मार्ताचं तोंड बघितलं तर तो वैष्णव पुढच्या जन्मी गाढव होतो. आलं ना लक्षात?''

तेनालीराम जे समजायचं ते समजला. पण तरीही शांत राहत म्हणाला, ''असं होय? बरं झालं सांगितलंत ते. मला माहीत नव्हतं. इथून पुढं मी सर्व दैवी गाढवांचा मान ठेवत जाईन. मी हे कधीच विसरणार नाही.'' असं म्हणून तो निघून गेला.

त्याला मनातून अप्पळाचार्यांचं वागणं अजिबात आवडलं नाही. एक विद्वान असूनही त्यांनी स्मार्तांचा तिरस्कार करावा हे त्याला पटलं नाही. त्याने अप्पळाचार्यांना धडा शिकवायचं ठरवलं. तो संधीची वाट बघत होता.

एक दिवस अशी संधी चालून आली.

एकदा राजा, अप्पळाचार्य आणि तेनालीराम चालत निघाले होते. राजा एका महत्त्वाच्या मुद्द्याबद्दल बोलत होता.

अचानक तेनालीरामला काही गाढवं बाजूला चरत असताना दिसली. तो पटकन् त्या गाढवांजवळ गेला. त्यांना नमस्कार करायला लागला.

ते बघून राजा आश्चर्याने थबकला. मग काळजीच्या स्वरात म्हणाला, ''हल्ली तेनालीराम जरा विचित्रच वागायला लागलाय. त्याला काहीतरी समस्या दिसतीय.''

अप्पळाचार्यांनी लगेच सरसावून आगीत तेल ओतलं, ''महाराज, तुम्ही बरोबर बोललात. तेनालीराम मुळातच जरा चमत्कारिक आहे. आत्ता तो गाढवांना नमस्कार करतोय. नक्कीच त्याच्या डोक्यावर परिणाम झालाय. मी विचारू का त्याला?''

राजा म्हणाला, ''नको, मी स्वतःच विचारतो.'' राजा तेनालीरामजवळ जाऊन म्हणाला, ''अरे तेनाली, हे काय? गाढवांना का नमस्कार करतोयस?''

तेनालीराम म्हणाला, ''महाराज, ही गाढवं म्हणजे अप्पळाचार्यांचे नातेवाईक आहेत. त्यांना मान देणं यात काय चुकलं माझं?''

अप्पळाचार्यांसारख्या विद्वानाचा असा अपमान केलेला राजाला मुळीच आवडला नाही. पण तेनालीच्या मनात काहीतरी वेगळं चाललं आहे हे त्याच्या लक्षात आलं.

राजाने त्याला विचारलं, ''या गाढवांचा आणि अप्पळाचार्यांचा काय संबंध?''

तेनालीराम म्हणाला, ''महाराज, क्षमा करावी. अप्पळाचार्यांचा अपमान करावा असा माझा हेतू नाही. मला स्वतः आचार्यांनीच तसं सांगितलंय...'' असं म्हणत तेनालीरामने मागचा सगळा प्रसंग राजाला सांगितला.

अप्पळाचार्यांचा चेहरा काळवंडून गेला. असं वागून त्यांनी त्यांच्या क्षुद्र वृत्तीचं दर्शन घडवलं होतं. त्यांनी राजाची क्षमा मागितली.

पण राजा रागात म्हणाला, ''काय हे आचार्य? दुसऱ्यांचा जाती धर्मावरून अपमान, तिरस्कार करणं चुकीचं आहे. तेनालीरामने हाच धडा दिलाय आज तुम्हाला. खरं तर माझी देखील तुम्हाला शिक्षा करायची इच्छा आहे. पण...''

...पण मोकळ्या स्वभावाच्या तेनालीरामने राजाला विनंती केली की आचार्यांना माफ केलं जावं.

तेनालीरामच्या अशा दिलदारपणाचं राजाला फारच कौतुक वाटलं.

एकदा एका गावात खूपच घबराट निर्माण झाली. लोक धावत राजाकडे येऊन म्हणाले, ‘‘महाराज, महाराज, गावाबाहेरच्या पिंपळावर एक ब्रह्मराक्षस आहे. तो आम्हांला त्रास देतो. आमची मुलं फार घाबरतायत. तुम्ही काहीतरी बंदोबस्त केलात तर फार बरं होईल.’’

महाराजांनी हे काम तेनालीरामवर सोपवलं.

तो कामगिरीवर निघाला. गावाबाहेरच्या पिंपळाजवळ हीऽऽ गर्दी जमली होती. एक बाई केस पिंजारून, मळवट भरून डोळे गरागरा फिरवत घुमत होती. जवळ लिंबं, मिरच्या, हळद-कुंकू वगैरे पडलेलं होतं. लोक घाबरून हात जोडून उभे होते.

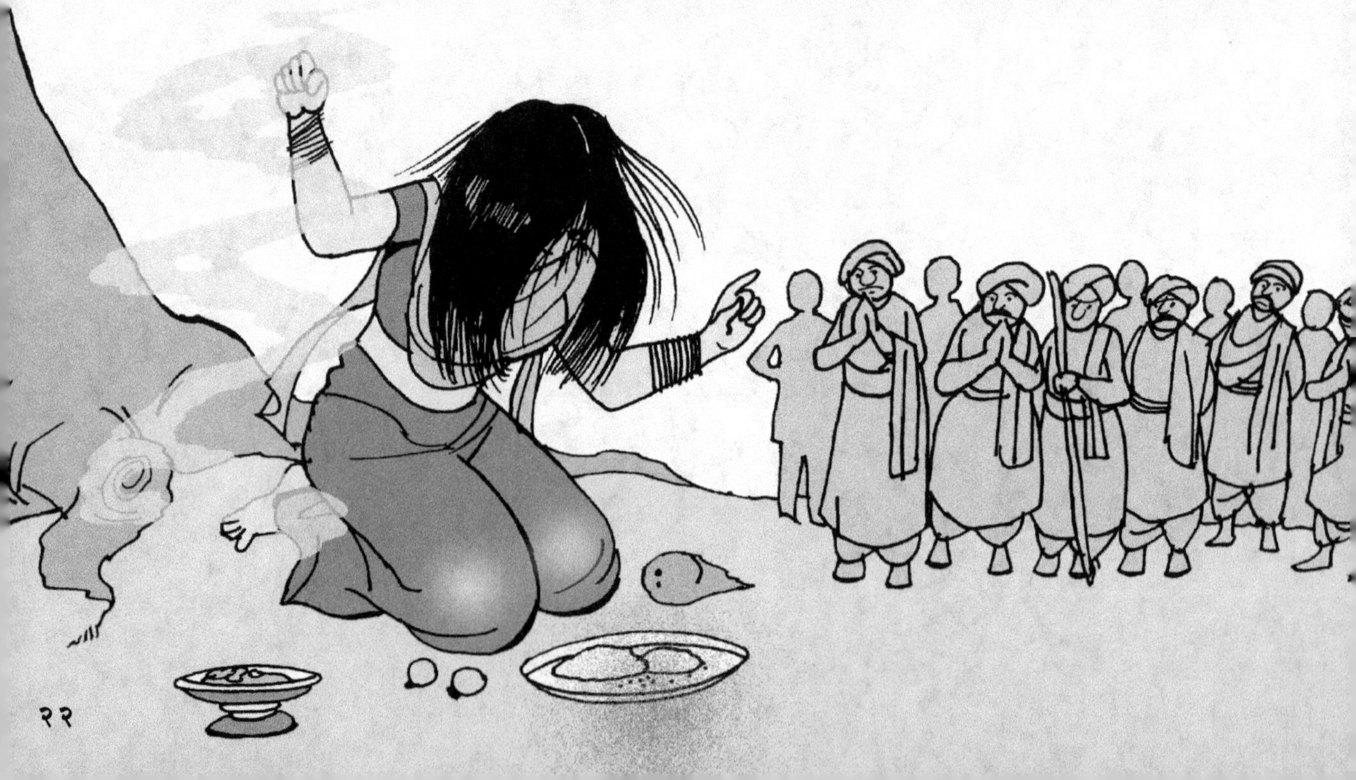

ती बाई म्हणाली, ''रोज सकाळी हितं येकांदं बकरं-कोंबडं सोडून जात जावा. न्हाईतर मी तुमच्या पोराबाळास्नी खाईन, असं म्हनतोय ब्रह्मराक्षस.''

लोकं 'होय, होय' म्हणून तिच्या पाया पडून जायला लागली.

तो सगळा प्रकार बघून तेनालीरामला हसूच फुटलं. तो हळूच जवळपास लपून बसला. सगळेजण निघून गेल्यावर त्या बाईने सगळी आवराआवर केली. लोकांनी ठेवलेलं धान्य, पैसे, फळं पिशवीत भरून ती बाई शेजारच्या गावाच्या दिशेनं निघून गेली.

मग तेनालीरामही घरी आला. त्याने हेरांकरवी तिची सगळी माहिती मिळवली. त्या बाईचा नवराच रात्री ब्रह्मराक्षसाचं सोंग घेऊन लोकांना घाबरवायचा. मग दिवसा ही बाई मांत्रिक बनून लोकांकडून स्वार्थ साधून घ्यायची. दोघांचा असा उद्योग जोरात चालू होता.

दुसऱ्या दिवशी नेहमीप्रमाणे ही बाई झाडाखाली घुमत होती. शेजारी तिचा नवरा साध्या वेषात उभा होता. समोर लोक उभे होते.

अचानक झाडावरून धपकन् कुणीतरी उडी मारली. एक काळाबिंद्रा कुरूप माणूस हातात मुसळ घेऊन उभा राहिला. जोरात हसत म्हणाला, ''ही: हा: हा:, बरे सापडलात तावडीत माझ्या. आता बघतोच एकेकाला. या मुसळब्रह्माचा हिसका बघा आता.'' असं म्हणून त्याने त्या मांत्रिक बाईला आणि तिच्या नवऱ्याला मुसळाने बडवायला सुरुवात केली. त्याबरोबर लोक घाबरून सैरावैरा पळायला लागले.

मुसळब्रह्म त्या जोडप्याला म्हणालं, ''खबरदार पुन्हा इथे पाऊल टाकाल तर. थेट वरच पाठवीन. त्याबरोबर ते नवराबायको जे जीव खाऊन पळाले ते पुन्हा फिरकलेसुद्धा नाहीत.

दुसऱ्या दिवशी दरबारात राजा कृष्णदेवरायाला हा सगळा किस्सा कळला. तो चिंतेच्या स्वरात तेनालीरामला म्हणाला, ''ब्रह्मराक्षसाचा बंदोबस्त झाला हे उत्तम झालं, पण आता या मुसळब्रह्माचं काय करायचं?''

तेनालीराम हसत म्हणाला, ''त्याचं काय? मुसळबह्म तुमच्या समोरच उभं आहे.''

राजाने आश्चर्याने विचारलं, ''म्हणजे?''

तेनालीरामने सगळी हकीकत रंगवून रंगवून सांगितली.

राजाला मनापासून हसू आलं. तो म्हणाला, ''तेनालीरामा, तू काय काय करशील त्याचा नेम नाही.''

गर्विष्ठ जादूगार

एकदा दरबारात एक जादूगार आला. राजा कृष्णदेवरायच्या परवानगीने त्याने दरबारात जादूचे प्रयोग सादर केले. तो खूपच चलाख जादूगार होता. त्याने आपल्या करामती दाखवून लोकांना मंत्रमुग्ध करून टाकलं होतं. राजासकट सगळे दरबारी जादूचे प्रयोग पाहताना स्वतःला विसरून गेले होते.

प्रयोग संपल्यावर टाळ्यांचा कडकडाट झाला. राजाने खूष होऊन त्या जादूगाराला मोठी बिदागी दिली. यावर समाधान मानून त्याने जावं की नाही? पण जादूगार होता घमेंडी.

तो ताठ्यात राजाला म्हणाला, ''महाराज, मी आपल्या दरबारातल्या लोकांना आव्हान देतो. मला आजपर्यंत कुणी हरवू शकलेलं नाही. जर तुमच्या इथे मला कुणी हरवून दाखवलं तर मी ही सगळी बिदागी त्याला देऊन टाकीन, नाहीतर आणखी एवढीच बिदागी तुम्ही मला द्यायची.''

राजाने दरबारावर नजर फिरवली. पण कुणीच पुढे आलं नाही. जादू तर कुणालाच येत नव्हती. मग राजाने तेनालीरामकडे पाहिलं.

तेनालीराम उठून पुढे आला. जादूगाराचा घमेंडखोरपणा त्याला मुळीच आवडला नाही. त्याने जादूगाराला धडा शिकवायचं ठरवलं. तो म्हणाला, ''महाराज, मी हे आव्हान स्वीकारतो.''

मग त्याने शिपायाला बोलावून त्याच्या कानात काहीतरी सांगितलं. तो निघून गेला. थोड्याच वेळात शिपायाने एक पिशवी आणून तेनालीरामच्या हातात दिली.

तेनालीराम त्या जादूगाराला म्हणाला, ''मी आता एक करामत डोळे मिटून करून दाखवीन. ती तुम्ही डोळे उघडे ठेवून करून दाखवायची. कबूल?''

''कबूल!'' जादूगार आनंदाने म्हणाला.

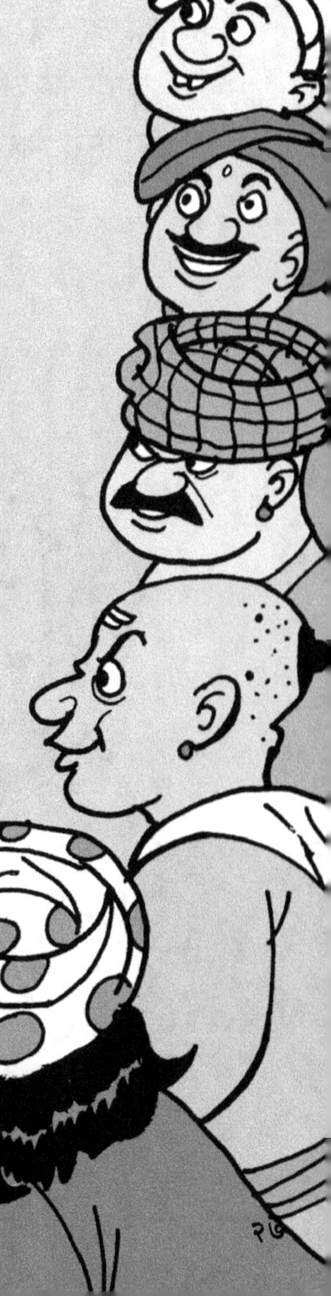

मग तेनालीरामने पिशवीतून मूठभर माती बाहेर काढली. डोळे मिटून ती माती स्वतःच्या डोळ्यांवर उधळली. मग डोळे उघडून जादूगारापुढे ती पिशवी धरत म्हणाला, "हा, हे घ्या. आता तुमची पाळी. तुम्ही हीच करामत डोळे उघडे ठेवून करायची आहे."

आता मात्र जादूगार सटपटला. त्याने शहाणपणाने माघार घेतली. बोलल्याप्रमाणे स्वतःची बिदागी तो तेनालीरामला देऊ लागला.

तेनालीरामने ती न स्वीकारता त्याची कानउघडणी केली, "कलाकार कलेत कितीही वाकबगार असला तरी तो नम्र असेल तरच ती कला त्याला शोभून दिसते."

हे ऐकून जादूगार खजील झाला. राजाची माफी मागून तो निघून गेला.

राजाने नेहमीप्रमाणेच खूष होऊन तेनालीरामला भरघोस बक्षीस दिलं.

बडा बच्चा

राजा कृष्णदेवराय राज्यात सगळे सण धुमधडाक्याने साजरे करत असे. त्याला त्यातही नाविन्यपूर्ण योजना आवडायच्या. वेगवेगळे खेळ, स्पर्धा, समारंभ, मेजवान्या या सगळ्याची त्याला आवड होती. त्यामुळे यावर्षीच्या दिवाळीला असंच काहीतरी वेगळ्या कार्यक्रमांचं आयोजन करावं असं त्याच्या मनात होतं.

दरबार भरल्यावर त्याने सर्वांना विचारलं, ''नगरातल्या सर्व लहानथोरांना सहभागी करून घेण्याच्या दृष्टीने काय वेगळा कार्यक्रम आखता येईल?''

प्रत्येकाने आपापली योजना सांगितली, पण राजाला काहीच पसंत पडेना. सगळ्यात तोचतोपणा होता. त्याच त्या मेजवान्या, शर्यती, नाच-गाणी वगैरे. मग राजाने तेनालीरामला विचारलं, ''काय रे तेनाली, तुला काही नाही का सुचत? तुझ्या कल्पना नेहमी अभिनव असतात. तू बोल काहीतरी.''

राजाने तेनालीरामला महत्त्व दिलेलं कुणालाच आवडलं नाही, पण सगळे गप्प बसले.

तेनालीराम उठून म्हणाला, ''महाराज, दिवाळी म्हणजे दिपोत्सव. आपण रात्री दिव्यांची आरास करतो, यावेळी आपण दिवसाच छान सुंदर दिवे लावू.''

हे ऐकून सगळेजण हसत हसत म्हणाले, ''अहाहा! काय पण कल्पना आहे! दिवसाढवळ्या दिवे? महाराज, हे काम तेनालीरामलाच सांगा. त्याला केव्हाही दिवे पाजळायची सवय आहे.''

सर्वच दरबारी तेनालीरामची टिंगल करून हसायला लागले. राजालाही हसू आलं, पण ते आवरत तो म्हणाला, ''तुला काय म्हणायचं आहे ते स्पष्ट करून सांग ना.''

तेनालीराम म्हणाला, ''महाराज, आपण यावेळी सगळे कार्यक्रम लहान मुलांचेच ठेवूया. लहान मुलं म्हणजे आपल्या कुळाचे दीपकच असतात की नाही? त्यांच्या निर्मळ हसण्या- बागडण्यानेच सगळं जग प्रकाशमय होतं ना?''

''वाहव्वा!'' महाराज उद्‌गारले. त्यांना ही कल्पना खूपच आवडली. टिंगल करणारे दरबारी सुद्धा गंभीर झाले.

महाराज म्हणाले, ''पुढे बोल.''

तेनालीराम म्हणाला, ''या वर्षी आपण सगळे कार्यक्रम मुलांचेच ठेवू. त्या कार्यक्रमांचे आयोजनही त्यांनाच करायला सांगू.''

राजा म्हणाला, ''कल्पना खूपच अभिनव आहे. पण मग आपण काय करायचं?''

तेनालीराम म्हणाला, ''आपण लहान व्हायचं. मजेत आनंद लुटायचा. मुलांना लागेल ती मदत करायची.''

आता सगळ्यांनाच या कल्पनेत रस वाटायला लागला. सगळ्यांनी त्याचं कौतुक केलं.

तेनालीराम पुढे सांगायला लागला, ''या मुलांच्या आपण वेगवेगळ्या स्पर्धा ठेवू. त्या स्पर्धांमध्ये ज्यांचे पहिले क्रमांक येतील त्यांना आपण बडा बच्च्याच्या हस्ते बक्षीस देऊ.''

''बडा बच्चा?'', ''बडा बच्चा?'' सगळेजण गोंधळून एकमेकांकडे पाहायला लागले.

राजापण गोंधळून म्हणाला, ''आता हा बडा बच्चा कोण?''

''आपणच महाराज.'' तेनालीराम म्हणाला.

''मी? आणि बच्चा?'' राजाला धक्काच बसला.

तेनालीराम म्हणाला, ''मग! महाराज आपल्याइतकं आनंदी, उत्साही, निर्मळ मन असलेलं दुसरं कोण आहे इथे? म्हणजे आपणच व्हायला हवं **बडा बच्चा!**''

हे ऐकून राजासह सगळे मनापासून हसले. टिंगलीचा सूर कुठे गेला कुणाला समजलं सुद्धा नाही.

बहुरूपी

तेनालीरामच्या करामतींमुळे राजगुरू पार वैतागून गेले होते. रोज काहीतरी असा एखादा प्रकार घडायचा की तेनालीराममुळे त्यांना मान खाली घालायला लागायची. भर दरबारात त्यांचं हसं व्हायचं अगदी.

त्यांच्या मनात आलं, 'हा माणूस मृत्युदंडाच्या शिक्षेतूनही सुटलाय. त्याच्या तावडीतून सुटका करून घ्यायची असेल तर त्याचा युक्तीनं काटा काढला पाहिजे.'

मनातल्या मनात त्यांनी एक योजना आखलीसुद्धा.

एकदा राजगुरू तीर्थयात्रेच्या निमित्तानं नगराबाहेर पडले. एका नावाजलेल्या बहुरूप्याकडे त्याची कला शिकू लागले. थोड्याच दिवसांत ते सारी सोंगं आणण्यात पारंगत झाले. मग बहुरूप्याच्या वेशातच ते नगरात आले. थेट दरबारात पोचले. राजाला त्यांनी सांगितलं की ते वेगवेगळ्या नकला करून दाखवू शकतात.

राजाने विचारलं, ''तू सगळ्यांत चांगलं सोंग कोणतं वठवू शकतोस?''

बहुरूपी म्हणाला, ''वाघाचं सोंग महाराज. पण त्यात धोका आहे. कुणीतरी जखमी होऊ शकतं. त्यामुळे हे सोंग दाखवायचं असेल तर एक हत्या मला माफ असली पाहिजे.''

महाराजांनी त्याची अट मान्य केली.

''आणखी एक अट, महाराज. मी वाघाचं सोंग घेईन तेव्हा तेनालीराम दरबारात हजर असावेत.'' बहुरूपी म्हणाला.

''ठीक आहे. आम्हाला मान्य आहे.'' महाराजांनी विचारपूर्वक उत्तर दिलं.

ही अट ऐकून तेनालीराम एकदम सावध झाला. त्याने ओळखलं की हा कोणीतरी माझा शत्रू आहे नक्की. सोंग आणण्याचा बहाणा करून माझ्या जिवावर उठायचा बेत दिसतोय बेट्याचा.

दुसऱ्या दिवशी हा सोंगाचा कार्यक्रम होता. तेनालीरामने सावधगिरी म्हणून आपल्या कपड्यांच्या आत चिलखत घातलं. काही गडबड झालीच तर जखमी व्हायची भीती नको.

बहुरूप्याचा कार्यक्रम सुरू झाला. त्याची सोंगं बघण्यात दरबारी रंगून गेले

होते. थोडा वेळ इकडे-तिकडे उड्या मारून झाल्यावर बहुरूपी तेनालीरामच्या जवळ गेला आणि त्याच्यावर तुटून पडला.

तेनालीराम तयारच होता. त्याने हळूच आपल्या हातातल्या वाघनखांनी बहुरूप्यावर वार केला. तडफडत बहुरूपी जमिनीवर कोसळला.

तेनालीरामवरचा हल्ला बघून राजा पण घाबरून गेला. तेनालीरामला काही झालं असतं तर? राजाला एकदम बहुरूप्याच्या अटी आठवल्या. 'एक हत्या माफ आणि तेनालीरामला दरबारात हजर ठेवणं.' काहीतरी पाणी मुरतंय खास.

तेनालीरामला जवळ बोलावून महाराजांनी विचारलं, "तू ठीक आहेस ना? कुठे लागलं बिगलं नाही ना?"

तेनालीरामने राजाला चिलखत दाखवलं. एक ओरखडासुद्धा उठला नव्हता त्याच्यावर. महाराजांनी विचारलं, "तू हे चिलखत कसं काय घालून आलास? तुला या माणसाचा संशय आला होता का?"

तेनालीराम म्हणाला, "महाराज, याच्या मनात जर काही काळंबेरं नसतं तर याने दरबारात मला हजर राहण्याची अट घातली नसती."

महाराज म्हणाले, ''मी या कपटी माणसाला चांगली शिक्षा देतो. तुझे प्राण घ्यायचा प्रयत्न केलाय याने. खरं तर आत्ता या क्षणी मी याला फाशीची शिक्षा ठोठवू शकतो. पण माझी अशी इच्छा आहे की तूच याला चांगली अद्दल घडवावीस.''

''होय महाराज, मीच याला चांगला धडा शिकवतो आता.'' तेनालीराम म्हणाला. ''ते कसं काय?'' महाराजांनी विचारलं.

''तुम्ही नुसतं बघत रहा, महाराज.'' तेनालीराम म्हणाला.

मग तेनालीराम बहुरूप्याकडे येऊन त्याला म्हणाला, ''तुझी कला बघून महाराज प्रसन्न झालेत. महाराजांची इच्छा आहे की तू सतीचं हुबेहूब सोंग वठवून दाखवावंस. मग ते तुला ५ हजार सुवर्णमुद्रा भेट देतील.''

बहुरूप्याच्या वेषातले राजगुरू मनात म्हणाले, 'अरे बापरे, आता अडकलो. काही खरं नाही. पण करतो काय? सतीचं सोंग घेण्याला आता काही पर्याय नाही.'

तेनालीरामने एक चौथरा बनवला. त्यावर लाकडं ठेवून पेटवली. गरज पडली तर म्हणून वैद्यांना पण बोलावून ठेवलं. बहुरूपी सतीचा वेष धारण करून आला.

त्याने सोंग इतकं सुंदर घेतलं होतं की कुणाला ही खरी स्त्री नाही असं वाटलंच नाही.

शेवटी त्याला पेटट्या चितेवर बसावंच लागलं. थोड्याच वेळात आगीच्या ज्वाळांनी त्याला वेढून टाकलं. शरीर तापायला लागलं. तेनालीरामला ते दृश्य बघवेना. त्याला दया आली. त्याने बहुरूप्याला चितेवरून खाली उतरवलं. राजगुरूंनी आपलं खरं रूप प्रकट केलं. ते मनापासून तेनालीरामची क्षमा मागायला लागले.

तेनालीरामने हसत हसत त्यांना माफ केलं. लगेच वैद्यांकडे सोपवलं.

थोड्या दिवसांनी राजगुरू बरे झाले. ते तेनालीरामला म्हणाले, "आता यापुढे मी कधीच तुझ्याबद्दल मनात शत्रुत्व बाळगणार नाही. तुझं औदार्य बघून मी खूपच भारावून गेलोय. आता तुझ्या माझ्यात चांगली मैत्री व्हावी अशीच माझी इच्छा आहे."

तेनालीरामने राजगुरूंना प्रेमाने जवळ घेतलं. त्यानंतर मात्र या दोघांमध्ये काहीही मतभेद झाले नाहीत.

दवंडी

एकदा राजपुरोहित महाराज कृष्णदेवरायांना म्हणाले, ''महाराज, आपला आपल्या प्रजेशी थेट संवाद झाला पाहिजे.''

पुरोहितांचं बोलणं ऐकून सगळी सभा चकित झाली. त्यांना काय म्हणायचंय ते कुणालाच कळेना. मग पुरोहित आपलं म्हणणं समजावून सांगत म्हणाले, ''दरबारात जी काही चर्चा होते, त्यातले मुख्य मुद्दे आठवड्यातून एकदा प्रजेपर्यंत पोहोचवायचे. प्रजेलाही कळलं पाहिजे सगळं.''

मंत्री महाशय म्हणाले, ''महाराज, प्रस्ताव तर छानच वाटतोय. हे काम तेनालीरामच उत्तम रीतीने पार पाडू शकेल. तसंही दरबारात त्याच्यावर विशेष अशी जबाबदारी नाहीच आहे.''

राजाने हे मान्य केलं. हे काम तेनालीरामकडे सोपवलं. असं ठरलं की दरबारात चर्चा झालेली मुख्य बातमी तेनालीराम पोलीस पाटलाकडे देईल. पोलीस पाटील चौकाचौकातून दवंडी पिटवून प्रजेला या गोष्टींची माहिती देईल.

आता तेनालीराम पडला चतुर माणूस. त्याने ओळखलं की आपल्यासाठी मंत्र्याने मुद्दामच हे केलंय. मग त्यानेसुद्धा मनात एक बेत आखला. आठवड्याच्या बातम्यांची एक लेखी प्रत घोषणा करण्यासाठी म्हणून पोलीस पाटलाकडे दिली.

पोलीस पाटलाने दवंडी पिटवणाऱ्या माणसाला दवंडी पिटवायला सांगितलं.

हा माणूस सरळ चौकात जाऊन उभा राहिला. ढोल बडवून दवंडी पिटवायला सुरुवात केली, "ऐका हो ऐका, समस्त नगरवासीयांनो ऐका. महाराजांची अशी इच्छा आहे की राजदरबारात अनेक बाबींवर चर्चा होते. त्यातल्या महत्त्वाच्या गोष्टी प्रजेला माहिती व्हाव्यात. हे कठीण काम श्रीमान तेनालीराम यांच्याकडे सोपविण्यात आलं आहे. त्यांच्याच आज्ञेवरून हा समाचार आपल्याला ऐकवत आहे. नीट लक्ष देऊन ऐका.''

"महाराजांना असं वाटतं की प्रजेला न्याय मिळत रहावा. अपराध्याला शासन व्हावं. या मंगळवारी याच मुद्द्यावर दरबारात गंभीर चर्चा झाली. महाराजांची इच्छा आहे की जुन्या न्यायव्यवस्थेत जे चांगलं होतं ते नवीन न्यायव्यवस्थेत घेतलं जावं. त्यांनी राजपुरोहितांना विचारलं की, पौराणिक न्यायव्यवस्था कशी होती? पण राजपुरोहित याबाबतीत काहीच सांगू शकले नाहीत. कारण ते दरबारात बसल्याबसल्या पेंगत होते. ते बघून राजा कृष्णदेवराय चांगलेच रागावले आणि भर दरबारात त्यांनी पुरोहितांची कानउघडणी केली.''

''गुरुवारी सीमेवरच्या सुरक्षा व्यवस्थेबद्दल चर्चा झाली. पण सेनापतीच गैरहजर होते. त्यामुळे त्याबाबत फार काही चर्चा होऊ शकली नाही. महाराजांनी मंत्रीमंडळाला सक्त आदेश दिले आहेत की त्यांनी दरबारात वेळेवर हजर राहावं.'' असं म्हणून दवंडीवाल्याने ढोल बडवला.

अशा प्रकारे चौकाचौकातून प्रत्येक आठवड्यात दवंडी पिटवली जाऊ लागली. दवंडीत प्रत्येक ठिकाणी तेनालीरामबद्दल चर्चा केली जायची.

ही सगळी चर्चा मंत्री, पुरोहित आणि सेनापतींच्या कानांवर येऊन पोचली. तिघेही काळजीत पडून म्हणायला लागले, ''तेनालीरामने बाजी उलटवलीच

शेवटी. जनतेला वाटतंय की दरबारातला प्रमुख तोच आहे. मुद्दामच तो आपल्याला बदनाम करतोय.''

दुसऱ्याच दिवशी दरबारात राजाला उद्देशून मंत्री म्हणाले, ''महाराज, आपल्या नियमानुसार खरं तर दरबारात बोलल्या जाणाऱ्या गोष्टी गुप्त ठेवायला हव्यात. प्रत्येक गोष्ट प्रजेला सांगत बसायची काही गरज नाही.''

तात्काळ तेनालीराम म्हणाला, ''व्वा, मंत्रीमहोदय, त्या दिवशी तुम्ही हे सगळं विसरला होतात बहुधा. आता तुमच्या नावाने डांगोरा पिटल्यावर आठवायला लागलेलं दिसतंय सगळं.''

हे ऐकून दरबारी लागले हसायला. मंत्र्यांचा चेहरा अगदी बघण्यासारखा झाला.

राजा कृष्णदेवरायांनी पण ओळखायचं ते ओळखलं सगळं. मनातल्या मनात ते तेनालीरामचं कौतुकच करत होते.

खरा अपशकुनी

नगरात एक रामैय्या नावाचा माणूस रहात असे. त्याच्याबद्दल एक विचित्र समज होता लोकांचा. म्हणे, जो कोणी सकाळी उठल्या उठल्या त्याचं तोंड पाहील, त्याला दिवसभर काही खायला मिळत नाही. त्यामुळे सकाळी-सकाळी त्याच्यासमोर जायचं लोक टाळायचे.

एक दिवस ही गोष्ट राजा कृष्णदेवरायपर्यंत जाऊन पोहोचली. राजाच्या मनात आलं की याचा खरे-खोटेपणा पडताळून पाहिला पाहिजे.

त्याने रामैय्याला बोलावून घेतलं. रात्री त्याला आपल्या शेजारच्या खोलीत झोपायला सांगितलं. दुसऱ्या दिवशी सकाळी उठल्याबरोबर राजाने पहिल्यांदा त्याचं तोंड बघितलं.

दरबारातली रोजची कामं आटपून राजा भोजनाकरता भोजनकक्षात गेला. तिथे त्यांना वाढण्यात आलं. राजाने एक घास घेतला. तो तोंडात घालणार तोच... त्याच्या जेवणात माशी पडली. त्यांना कसंसंच वाटायला लागलं. ते जेवण सोडून उठले. पुन्हा स्वयंपाक तयार केला. पण तोपर्यंत राजाची भूक मरून गेली होती.

राजा मनात म्हणायला लागला, 'हा रामैय्या खरंच अपशकुनी दिसतोय बरं का. तरीच मला सकाळपासून उपाशीपोटी बसायला लागलंय.'

संतापून राजाने आज्ञा दिली की या अपशकुनी माणसाला ताबडतोब फासावर चढवा.

झालं. शिपाई त्याला घेऊन निघाले फासावर चढवायला. वाटेत त्यांना तेनालीराम भेटला. त्याने चौकशी करताच रामैय्याने त्याला सगळी हकिगत सांगितली.

तेनालीरामने त्याला धीर दिला. त्याच्या कानात हळूच सांगितलं, ''तुला फाशी देण्यापूर्वी हे लोक तुला तुझी शेवटची इच्छा विचारतील. तेव्हा सांग, 'मी लोकांपुढे जाऊन सांगू इच्छितो की माझं तोंड बघितल्यावर जेवण मिळत नाही. पण सकाळी-सकाळी जर कुणी राजाचं तोंड बघितलं तर त्याला आपले प्राण गमवावे लागतात.'

त्याला नीट समजावून तेनालीराम निघून गेला.

फाशी देण्यापूर्वी शिपायांनी रामैय्याला विचारलं, ''तुझी शेवटची इच्छा काय आहे?''

तेनालीरामने जे सांगितलं होतं तेच रामैय्याने सांगून टाकलं.

शिपाई त्याची ती विचित्र इच्छा ऐकून चकितच झाले. त्यांनी रामैय्याची अंतिम इच्छा राजाला जाऊन सांगितली.

ते ऐकून राजाला धक्काच बसला. 'जर रामैय्याने खरोखरच जाऊन हे लोकांना सांगितलं तर भलताच अनर्थ होऊन बसेल.'

त्यांनी ताबडतोब रामैय्याला बोलवून मोठं बक्षिस दिलं आणि बजावून सांगितलं, की ही गोष्ट कुणाशी बोलू नकोस.

स्वप्नातला महाल

एकदा राजा कृष्णदेवरायने स्वप्नात एक सुंदर महाल बघितला. हा महाल अधांतरी लटकत होता. महालाच्या आतल्या खोल्या रंगीबेरंगी दगडांनी बनलेल्या होत्या. तिथे मनात विचार येताक्षणी महालात आपोआप प्रकाश निर्माण व्हायचा. तसाच अंधारही व्हायचा.

या महालात सुखाची सर्व साधनंही उपलब्ध होती. महालात जायचं असेल तर मनात फक्त इच्छा करायची. डोळे बंद करताच तात्काळ महालात पोहोचता यायचं.

दुसऱ्याच दिवशी राजाने राज्यभर दवंडी पिटवली, 'जो कोणी असा महाल बनवून देईल, त्याला राजा एक लाख सुवर्णमुद्रा देईल.'

मग काय? सगळ्या राज्यभर एकच चर्चा-राजाचं स्वप्न! सगळे म्हणायला लागले, 'राजाला काय झालंय तरी काय? स्वप्नं कधी अशी खरी ठरतात का? पण हे जाऊन राजाला सांगायचं कोणी?'

राजाने आपल्या राज्यातल्या सगळ्या कारागिरांना बोलावून आपलं स्वप्न ऐकवलं. सर्वांनी राजाला समजावून सांगितलं की, हे फक्त स्वप्नातच शक्य आहे. पण काही केल्या राजाला ते पटेना.

काही लबाड माणसांनी याचा गैरफायदा घेतला. त्यांनी राजाला वचन दिलं की आम्ही तुम्हाला असा महाल बनवून देऊ. त्यासाठी राजाकडून पुष्कळ धन उकळलं.

इकडे सगळे मंत्री चिंतेत पडले. राजाला समजावून सांगणं भलतंच कठीण झालं होतं. 'महाराजांनी या स्वप्नाचा नाद सोडून द्यावा' असं प्रत्येकाला वाटत होतं.

मंत्र्यांनी आपापसात खूप चर्चा करून पाहिली. पण शेवटी एकच लक्षात आलं, तेनालीरामशिवाय दुसरं कुणीही यातून मार्ग काढू शकणार नाही.

तेनालीराम काही दिवसांची सुटी घेऊन नगराबाहेर कुठेतरी निघून गेला होता.

एक दिवस एक म्हातारा माणूस रडत-ओरडत राजा कृष्णदेवरायच्या दरबारात पोचला.

राजाने त्याला शांत करत म्हटलं, ''बाबा रे, काय झालं तरी काय असं? काळजी करू नकोस. तू आता राजा कृष्णदेवरायच्या दरबारात आहेस. तुला नक्की न्याय मिळेल.''

''माझी वाट लागली महाराज. बरबाद झालो मी. तुम्ही माझी जन्मभराची कमाई हडप केलीत सगळी. मला चार कच्ची बच्ची आहेत. तुम्हीच सांगा, त्यांची पोटं कशी भरू मी महाराज?'' ते म्हातारबाबा म्हणाले.

''आमच्या कर्मचाऱ्यांनी तुझ्यावर काही अत्याचार केले का?'' राजा म्हणाला.

म्हातारबाबा 'नाही' म्हणाले.

''मग नीट सांगत का नाहीस? बोल लवकर, तुझं म्हणणं तरी काय आहे?''

''महाराज, अभय देत असाल तर सांगतो.''

''दिलं तुला अभय. बोल आता.'' राजाने त्याची खात्री पटवली.

''महाराज, काल माझ्या स्वप्नात आपण स्वत: आलात. काही

कर्मचारी आणि मंत्र्यांसोबत माझ्या घरून माझी पेटी घेऊन आपल्या खजिन्यात ठेवून दिलीत. महाराज, त्या पेटीत मी जन्मभर पै-पै साठवून ठेवत आलोय. पाच हजार सुवर्णमुद्रा होत्या त्यात.'' म्हातारबाबांनी मान खाली घालून सांगितलं.

''काय चमत्कारिक माणूस आहेस रे तू? स्वप्नं कधी खरी असतात का?'' राजाने चिडून विचारलं.

''खरं बोललात महाराज. स्वप्नं कधीच खरी नसतात. मग ते स्वप्न हवेत अधांतरी लटकणाऱ्या महालाचं का असेना! प्रत्यक्ष राजाला पडलेलं स्वप्न का असेना! स्वप्न खरं नसतंच.''

राजा बारकाईनं त्या म्हाताऱ्या माणसाकडे पाहायला लागला. बघता बघता त्या माणसाने आपली नकली दाढी-मिशी काढली, पगडी उतरवली.

पाहतात तर काय, समोर तेनालीराम उभा!

राजा रागावून काही बोलायच्या आत तेनालीराम म्हणाला, ''महाराज, आपण मला अभयदान दिलेलं आहे.''

महाराज हसायला लागले.

त्यानंतर मात्र त्यांनी कधीच आपलं स्वप्न आणि स्वप्नातल्या महालाचा विषय काढला नाही.

चोर

राजा कृष्णदेवरायच्या दरबारात येऊन विजयनगरमधल्या सावकाराने आरोळी ठोकली, ''महाराज, मी लुटलो, बरबाद झालो. रात्री चोर आले आणि माझ्या तिजोरीचं कुलूप तोडून माझं सगळं धन चोरून घेऊन गेले.''

राजा कृष्णदेवरायने चौकशी केली.

कोतवाल म्हणाला, ''महाराज आम्ही प्रयत्न करतोय, पण अजून काही तपास लागलेला नाही.''

''काय वाटेल ते करा, पण लवकरात लवकर त्या चोराला मुसक्या बांधून माझ्यासमोर हजर करा.'' राजाने कोतवालाला आदेश दिला.

त्याच रात्री चोरांनी आणखी एका श्रीमंत माणसाकडे चोरी केली. याही खेपेला चोरांचा पत्ता लागू शकला नाही. मग वरचेवर चोऱ्या होऊ लागल्या. चोर दिवसेंदिवस जास्तच धीट व्हायला लागले.

राजा कृष्णदेवराय त्रासून गेले अगदी. आपल्या दरबाऱ्यांवर कडाडत म्हणाले, ''तुमच्यापैकी एकाच्याही अंगात चोरांना पकडून आणायची धमक नाही का?''

ताडकन् तेनालीराम उठून म्हणाला, ''महाराज, आपण निश्चिंत रहा. मी चोरांना पकडून देतो. आपल्या आज्ञेचं मी पालन करीन.''

त्याच दिवशी तेनालीराम शहरातल्या एका हिऱ्यांच्या व्यापाऱ्याकडे गेला. त्याच्याशी काहीतरी बोलून घरी परत आला.

दुसऱ्या दिवशी या जवाहिऱ्याने आपल्याकडच्या किमती आभूषणांचं एक छानसं प्रदर्शन लावलं. त्याच्याकडची रत्नं इतकी सुंदर होती की बघायला सगळं

शहर लोटलं. रात्री व्यापाऱ्याने सगळी रत्नं एका तिजोरीत ठेवली. तिजोरीला चांगलं दांडगं कुलूप लावलं.

मध्यरात्री आले की चोर! कुलूप तोडून, तिजोरी उघडून त्यांनी सगळी रत्नं घेतली आणि पोबारा केला.

चोरांनी धूम ठोकताच व्यापाऱ्याला त्यांची चाहूल लागली. त्याने आरडाओरडा करायला सुरुवात केल्यावर आसपासच्या गल्ली-बोळांतली लोकं जागी झाली.

तेनालीरामही शिपायांना घेऊन तिथे पोचला. त्यांना म्हणाला, ''ज्यांचे हात आणि कपडे रंगलेले दिसतील तेच चोर आहेत असं समजा. त्यांना पकडून आणा इथे. पळा लवकर, चोर निसटता कामा नयेत.''

चोर झटक्यात सापडले. दुसऱ्या दिवशी चोरांना दरबारात आणण्यात आलं.

राजा कृष्णदेवरायने चोरांच्या अंगावर, कपड्यांवर रंग बघून विचारलं, ''हे रे काय, तेनालीराम?''

''महाराज, चोरांना पकडण्यासाठी मुद्दामच तिजोरीला ताजा रंग देऊन ठेवला. रंग ओला असतानाच चोर आले, म्हणून तर पकडले गेले.''

''पण तुला शिपाई पहाऱ्याला ठेवता आले असते की.'' राजा म्हणाला.

''महाराज, कदाचित चोर आणि अधिकारी एकमेकांना सामील असतील तर चोरांना आधीच कळलं असतं. मग चोर 'रंगेहाथ' कसे पकडले गेले असते?'' तेनालीराम मिश्किलपणे हसला.

राजा कृष्णदेवरायने तेनालीरामची तोंड भरून पुन्हा पुन्हा वाखाणणी केली.

'ती' मिठाई

एकदा राजा कृष्णदेवराय तेनालीराम आणि राजपुरोहितांबरोबर गप्पा मारत बसले होते. थंडीचे दिवस होते. सकाळच्या कोवळ्या उन्हात तिघेजण आरामात गप्पा मारत होते.

तेवढ्यात राजा एकदम म्हणाला, ''हिवाळा हा सगळ्यांत मस्त ऋतू आहे. भरपूर खा-प्या आणि धष्टपुष्ट व्हा चांगले.''

खायचा विषय निघताच पुरोहितांच्या तोंडाला पाणी सुटलं. ते म्हणाले, ''महाराज, हिवाळ्यात वेगवेगळी मिठाई खाण्यात भलतीच मजा येते, नाही का?''

''काय हो, तुमच्या मते हिवाळ्यात खायला चांगली मिठाई कोणती?'' पुरोहितांनी यादीच म्हणून दाखवली- 'मालपुवा, हलवा, पिस्ताबर्फी, लाडू वगैरे वगैरे.'

राजा कृष्णदेवरायने सगळ्या मिठाया मागवल्या. पुरोहितांना म्हणाले, ''खाऊन बघा बरं जरा. सांगा, यातली सगळ्यांत चविष्ट मिठाई कोणती आहे?''

पुरोहितांना सगळ्याच मिठाया आवडायच्या. डावं-उजवं करायचं तरी कसं?

तेनालीरामने सांगितलं, ''सगळ्याच मिठाया छान आहेत तशा. पण 'ती' मिठाई काही इथे नाही मिळायची.''

''ती मिठाई?'' राजाने कुतूहलाने विचारलं, ''त्या मिठाईचं नाव काय?''

''नाव कसलं विचारताय महाराज? आज रात्री येत असाल माझ्याबरोबर तर खाऊ घालीन तुम्हाला.''

राजा कृष्णदेवरायने ताबडतोब मान्य केलं. रात्री साध्या वेषात ते, पुरोहित आणि तेनालीराम बरोबर बाहेर पडले.

चालता चालता बरेच लांबपर्यंत आले. एके ठिकाणी २-३ जणं शेकोटीजवळ बसून गप्पा गोष्टी करण्यात हरवून गेले होते. हे त्रिकूट तिथेच थांबलं. या वेषात राजाला कुणी ओळखलंसुद्धा नाही.

जवळच एक गुऱ्हाळ होतं. तिथून तेनालीरामने गरमागरम गूळ विकत आणला. तो राजा आणि पुरोहितांजवळ आला. अंधारात राजा आणि पुरोहितांना थोडा-थोडा गरम गूळ देत म्हणाला, ''हे घ्या महाराज, खाऊन तर बघा, हिवाळ्यातली अस्सल मिठाई.''

राजाला तो गरमागरम गूळ भलताच आवडला. राजा म्हणाला, ''व्वा, क्या बात है। इतकी झकास मिठाई इथे अंधारात कुठून आली?''

तेवढ्यात तेनालीरामला कोपऱ्यात पडलेली वाळकी पानं दिसली. जागेवरून उठून तेनालीरामने ती पानं गोळा केली आणि शेकोटी पेटवली. मग म्हणाला, ''महाराज, हा तर गूळ होता साधा.''

''गूळ... इतका चविष्ट?''

''महाराज, हिवाळ्यात खरी चव पदार्थांच्या गरमपणातच असते. हा गूळ गरमगरम खाल्ल्यामुळे जास्त स्वादिष्ट वाटला.''

हे ऐकल्यावर महाराजांना हसू आलं. पुरोहितांनी मौनच बाळगलं होतं.

पापाचे प्रायश्चित्त

तेनालीरामने मागे एकदा एका कुत्र्याची शेपूट सरळ केली होती. तो कुत्रा दोन-चार दिवसांतच मरून गेला. त्यानंतर एकदमच तेनालीरामला सपाटून ताप भरला.

आता भट-भिक्षुक अशी संधी शोधतच असतात. एकाने तर जाहीरच करून टाकलं की तेनालीरामने प्रायश्चित्त घेतलं पाहिजे. नाहीतर आता काही तो या आजारातून उठत नाही. तेनालीराम म्हणाला, ''किती खर्च येईल?''

''शंभर सुवर्ण मुद्रा.'' भटजीबुवांनी सांगितलं.

''बापरे! इतक्या सुवर्ण मुद्रा मी कुठून आणू?'' तेनालीराम म्हणाला.

''तुझ्याकडचा घोडा वीक आणि येतील ते पैसे मला दे.'' भटजीबुवा म्हणाले.

त्याने मान्य केलं की घोडा विकून जे पैसे येतील ते तो त्या भटजीबुवांना देईल. भटजीबुवांनी पूजापाठ करून देवाची प्रार्थना केली की तेनालीरामला बरं वाटू देत.

थोड्या दिवसांनी तेनालीराम बरा झाला. पण त्याला ठाऊक होतं की तो औषधांमुळे बरा झाला होता, भटजीबुवांच्या प्रार्थनेमुळे नाही.

तेनालीराम भटजीबुवांना घेऊन बाजारात गेला. त्याच्या एका हातात घोड्याचा लगाम आणि दुसऱ्या हातात एक टोपली होती. त्याने बाजारात घोड्याची किंमत एक आणा सांगितली. आणि म्हणाला, ''जो कोणी हा घोडा खरेदी करेल त्याला ही टोपलीपण विकत घ्यावीच लागेल. टोपलीची किंमत आहे १०० सुवर्णमुद्रा.''

हे ऐकून एकाने त्या दोन्ही वस्तू पटदिशी खरेदी केल्या. तेनालीरामने भटजीबुवांच्या हातावर घोड्याची किंमत म्हणून मिळालेला एक आणा ठेवला. १०० सुवर्णमुद्रा स्वतःच्या कनवटीला लावत तिथून निघून गेला.

बिचारे भटजीबुवा एकदा त्या एक आण्याकडे तर एकदा तेनालीरामकडे बघतच बसले.

सीमासुरक्षा

विजयनगरात गेल्या काही दिवसांपासून तोडफोडीच्या घटना घडायला लागल्या होत्या. राजा कृष्णदेवराय काळजीत पडले. त्यांनी मंत्रीमंडळाची सभा बोलावली आणि विचारलं की काय उपाययोजना करता येईल?

"शेजारच्या शत्रुराज्यातल्या हेरांचंच काम असणार हे बहुधा महाराज. युक्तीनं आपण त्यांचा बंदोबस्त नाही करू शकणार. शक्तीनंच काम होईल हे." सेनापतीने मत दिलं.

मंत्र्यांनी सुचवलं, "सीमेवरच्या सुरक्षाव्यवस्थेत वाढ केली पाहिजे. म्हणजे मग या गोष्टींना आळा बसेल."

मग राजा कृष्णदेवरायने तेनालीरामकडे बघितलं. त्याने सांगितलं, "महाराज, मला वाटतं की सगळ्या सीमेवर एक मजबूत भिंत बांधली जावी. तिथे सतत शिपायांनी गस्त घालत राहावं."

राजाने तेनालीरामचा हा सल्ला आनंदाने मान्य केला. मंत्र्यांना हा सल्ला फारसा आवडला नाही. हे सीमेवर भिंत उभारायचं कामही त्यांनी तेनालीरामवरच

सोपवलं. राजाने बजावून सांगितलं की सहा महिन्यांच्या आत ही भिंत बांधून उभी राहिली पाहिजे.

असेच दोन महिने गेले, पण भिंतीच्या कामाला काही गती मिळेना.

ही बातमी राजापर्यंत जाऊन पोचली. त्यांनी तेनालीरामला बोलावणं पाठवून चौकशी केली. मंत्री तिथे हजर होतेच.

''तेनालीराम, भिंतीचं काम अजून सुरू का नाही झालं?''

''क्षमा असावी महाराज, पण मधे एक डोंगर येतोय मोठा. पहिल्यांदा तो पाडून घेतोय. मग भिंत बांधायला घेतोच.''

''डोंगर? पण डोंगर तर आपल्या सीमेवर नाहीच आहे.'' राजा म्हणाला.

तितक्यात मंत्री मधेच बोलले, ''महाराज, तेनालीरामला वेड लागलेलं दिसतंय बहुधा.''

तेनालीराम मंत्र्यांचा टोमणा ऐकून गप्प बसले. त्याने हसून टाळी वाजवताच, सैनिकांनी वीस जणांना पकडून राजापुढे आणलं.

''हे कोण आहेत?'' राजाने विचारलं.

तेनालीराम म्हणाला, ''हे शत्रुराष्ट्रातले घुसखोर आहेत महाराज. दिवसा जेवढी भिंत बांधून होईल तेवढी हे लोक रात्रीत तोडून टाकायचे. मोठ्या कष्टाने पकडलंय यांना. यांच्याकडे पुष्कळ शस्त्रास्त्रं सापडलीत. मागच्या महिन्यात यांच्यातले निम्मे पाच वेळा पकडले गेले होते, पण...! यांना शिक्षा का दिली गेली नाही, याचं कारण मंत्रीच सांगू शकतील... कारण त्यांच्याच तर सांगण्यावरून प्रत्येक वेळी यांना सोडलं गेलं होतं.'' तेनालीराम म्हणाला.

हे ऐकून मंत्र्यांचा चेहरा साफ पडला.

राजा कृष्णदेवराय काय समजायचं ते समजून चुकले. त्यांनी सीमासुरक्षेची जबाबदारी मंत्र्यांकडून काढून घेतली आणि तेनालीरामकडे सोपवली.

बोलका पुतळा

दसरा सण जवळ आला होता. राजा कृष्णदेवरायच्या दरबारात लोकांनी दसरा साजरा करायचा विषय काढल्यावर राजा म्हणाला, ''माझी स्वतःची अशी इच्छा आहे की दसरा आपण सगळे धूमधडाक्यात साजरा करू. या दसऱ्याच्या निमित्तानं मंत्री, दरबारी, सेनापती, पुरोहित सर्वांनी आपापल्या घरी आरास करावी. ज्याची सजावट सगळ्यांत सुंदर असेल त्याला बक्षीस देण्यात येईल.''

लगेच प्रत्येकजण आरास करण्यात मग्न झाला. प्रत्येकजण दुसऱ्यापेक्षा चांगली आरास करण्यासाठी ईर्षेनं धडपडत होता. एकापेक्षा एक सरस आरास दिसत होती. मात्र तेनालीरामची आरास कुठे दिसेना. राजाने विचारलं, ''तेनालीराम कुठे दिसत नाही तो? त्याच्या सजावटीचाही काही पत्ता नाही? गेलाय तरी कुठे तो?''

''महाराज, तेनालीरामला काय येतंय? ते बघा, त्या टेकडीवर काळ्या रंगानी रंगवलेली झोपडी आणि पुढे एक कुरूप पुतळा. हीच तेनालीरामची आरास.'' मंत्री उपहासानं म्हणाले.

महाराज त्या टेकडीवर गेले आणि त्यांनी तेनालीरामला विचारलं, ''तेनालीराम, हीच की काय तुझी आरास? हे काय बनवलंयस तू?''

''हो महाराज, हीच माझी आरास. हे काय आहे ते मी या पुतळ्यालाच विचारतो,'' असं म्हणत तेनालीरामने पुतळ्याला विचारलं, ''कोण तू? आता महाराजांच्या प्रश्नाचं उत्तर दे.''

''मी पापी रावणाची सावली. ज्याच्या मरण्याच्या आनंदाप्रित्यर्थ तुम्ही दसरा साजरा करता. पण मी एकदा मेलो, पुन्हा जन्माला आलो. आसपास दिसणारी गरिबी, दंगेधोपे सगळं मीच निर्माण केलेलं आहे. मला मारू शकेल अशी हिंमत आता नाही कुणामध्ये.'' असं म्हणून पुतळा खदाखदा हसायला लागला.

हे ऐकून राजा कृष्णदेवराय रागानं लाल झाले. संतापाने कडाडत म्हणाले, ''या क्षणी मी या पुतळ्याचे तुकडे-तुकडे करून टाकतो.''

''त्यानं काय होणार महाराज? पुतळा नष्ट केल्यानं प्रजेचं दुःख नष्ट होणार आहे का?'' असं म्हणून पुतळ्याच्या आडून एकजण बाहेर येत म्हणाला, ''क्षमा असावी महाराज. हे सगळं खरं नाही, नाटक होतं.''

''नाही नाही, हे नाटक नाही, सत्य आहे. माझ्या कर्तव्याची आठवण करून देणारा हा सर्वोत्तम देखावा आहे. तेनालीरामला मी पहिलं बक्षीस जाहीर करतो.'' राजा कृष्णदेवराय म्हणाले.

राजाचं हे बोलणं ऐकून सगळे दरबारी आश्चर्यानं एकमेकांच्या तोंडाकडे बघायला लागले.

www.ingramcontent.com/pod-product-compliance
Lightning Source LLC
LaVergne TN
LVHW060356200726

843506LV00003B/244